Impressum
Verlag: BABADADA GmbH, Nedderfeld 112 , 22529 Hamburg
Geschäftsführer / Verlagsleitung: Harald Hof
Druck: Books on Demand GmbH, In de Tarpen 42, 22848 Norderstedt

Imprint
Publisher: BABADADA GmbH, Nedderfeld 112 , 22529 Hamburg, Germany
Managing Director / Publishing direction: Harald Hof
Print: Books on Demand GmbH, In de Tarpen 42, 22848 Norderstedt, Germany

school
shule

satchel
mkoba

pencil case
kikasha cha penseli

pencil
penseli

pencil sharpener
kichonga penseli

rubber
mpira

pictorial dictionary
kamusi ya michoro

drawing pad

pedi ya kuchora

drawing

kuchora

paintbrush

brashi ya rangi

paint box

kikasha cha rangi

scissors

mkasi

glue

gundi

exercise book

daftari

homework

kazi ya nyumbani

number

nambari

2+2

add

jumlisha

5-2

subtract

ondoa

2×2

multiply

zidisha

calculate

kokotoa

letter

barua

alphabet

alfabeti

word

neno

text

maandishi

read

kusoma

chalk

chaki

lesson

somo

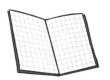

register

sajili

examination

uchunguzi

certificate

cheti

school uniform

sare za shule

education

elimu

encyclopedia

elezo

university

chuo kikuu

microscope

darubini

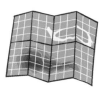

map

ramani

waste-paper basket

kikapu cha kuweka karatasi
chafu

hotel
hoteli

hostel
hosteli

currency exchange office
ofisi ya ubadilishanaji

suitcase
sanduku

car
gari

language
lugha

yes / no
ndiyo / la

Okay
sawa

hello
hujambo

translator
mtafsiri

Thank you
Asante

how much is...?

kiasi gani ni ...?

I do not understand

Sielewi

problem

tatizo

Good evening!

Jioni njema!

Good morning!

Habari za asubuhi!

Good night!

Usiku mwema!

goodbye

kwa heri

direction

mwelekeo

luggage

mizigo

bag

mfuko

backpack

mkoba wa mgononi

guest

mgeni

room

chumba

sleeping bag

begi la kulalia

tent

hema

tourist information

taarifa ya utalii

beach

ufuo

credit card

kadi

breakfast

kifunguakinywa

lunch

chakula cha mchana

dinner

chakula cha jioni

Ticket

tiketi

elevator

kuinua

stamp

muhuri

border

mpaka

customs

mila

embassy

ubalozi

visa

visa

passport

pasipoti

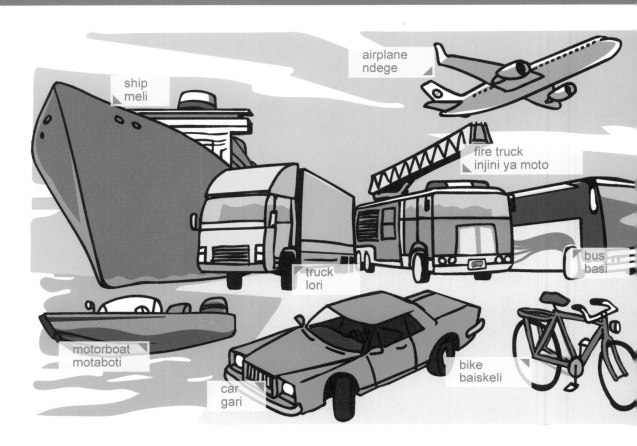

ferry

feri

boat

mashua

motorbike

pikipiki

police car

gari la polisi

racing car

gari la mashindano

rental car

gari la kukodisha

car sharing

kushiriki gari

tow truck

lori la kuvuta

garbage truck

ukusanyaji taka

engine

motor

fuel

mafuta

fuel station

kituo cha mafuta

traffic sign

ishara trafiki

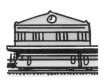

traffic

trafiki

traffic jam

msongamano

parking lot

maegesho

train station

kituo cha treni

tracks

reli

train

garimoshi

tram

tremu

wagon

gari la mizigo

helicopter

helikopta

airport

uwanja wa ndege

tower

mnara

passenger

abiria

container

chombo

carton

katoni

cart

mkokoteni

basket

kikapu

take off / land

kuchukua mbali / nchi

city

jiji

village

kijiji

city center

katikati ya jiji

house

nyumba

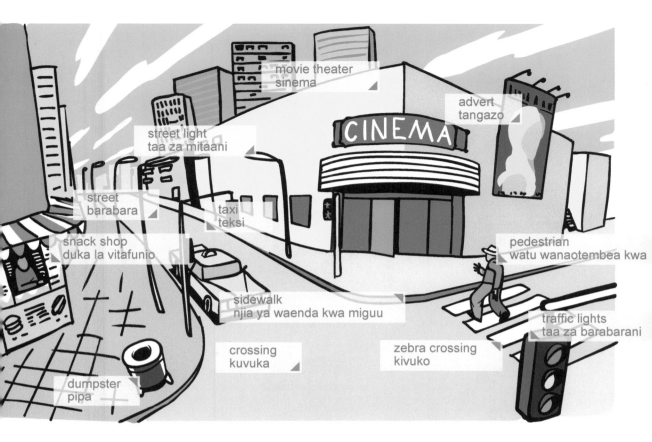

movie theater
sinema

advert
tangazo

street light
taa za mitaani

CINEMA

street
barabara

taxi
teksi

snack shop
duka la vitafunio

pedestrian
watu wanaotembea kwa

sidewalk
njia ya waenda kwa miguu

traffic lights
taa za barabarani

crossing
kuvuka

zebra crossing
kivuko

dumpster
pipa

hut
....
kibanda

apartment
....
gorofa

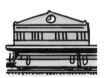

train station
....
kituo cha treni

city hall
....
ukumbi wa mji

museum
....
Makavazi

school
....
shule

university

chuo kikuu

bank

benki

hospital

hospitali

hotel

hoteli

pharmacy

maduka ya dawa

office

ofisi

book shop

kitabu duka

shop

duka

flower shop

duka la maua

supermarket

dukakuu

market

soko

department store

idara ya kuhifadhi

fishmonger's shop

mwuza samaki

mall

kituo cha ununuzi

harbor

bandari

park

Hifadhi

bench

benki

bridge

daraja

stairs

vidato

subway

chini ya ardhi

tunnel

handaki

bus stop

kituo cha mabasi

bar

bar

restaurant

mgahawa

postbox

sanduku la posta

street sign

ishara ya barabara

parking meter

mita ya maegesho

zoo

bustani ya wanyama

swimming pool

kidimbwi cha kuogelea

mosque

msikiti

farm

shamba

pollution

uchafuzi

cemetery

makaburini

church

kanisa

playground

uwanja wa michezo

temple

hekalu

landscape

mazingira

leaf
jani

signpost
ishara ya mwelekeo

path
njia

meadow
malisho

stone
jiwe

hiker
mtembeaji wa masafa

tree
mti

river
mto

grass
nyasi

flower
ua

valley

bonde

hill

kilima

lake

ziwa

forest

msitu

desert

jangwa

volcano

volkano

castle

ngome

rainbow

upinde wa mvua

mushroom

uyoga

palm tree

mtende

mosquito

mbu

fly

kuruka

ant

chungu

bee

nyuki

spider

buibui

beetle

mende

frog

frog

squirrel

kuchakuro

hedgehog

nungunungu

hare

sungura

owl

bundi

bird

ndege

swan

mumbi

boar

boar

deer

kulungu

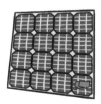

moose

aina ya kongoni

dam

bwawa

wind turbine

tabo ya upepo

solar panel

nishaji ya jua

climate

hali ya hewa

waiter
mhudumu

menu
menyu

chair
kiti

soup
supu

pizza
piza

cutlery
vilia

tablecloth
kitambaa cha mezani

starter

kiamsha hamu

main course

kozi kuu

dessert

kitindamlo

drinks

vinywaji

food

chakula

bottle

chupa

fast food
chakula cha haraka

street food
Streetfood

teapot
buli

sugar bowl
kisanduku cha sukari

portion
sehemu

espresso machine
mashine Espresso

high chair
kiti kirefu

bill
muswada

tray
sinia

knife
kisu

fork
uma

spoon
kijiko

teaspoon
kijiko cha chai

serviette
nepi

glass
glasi

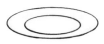

plate

sahani

soup plate

sahani ya supu

saucer

kisahani

sauce

mchuzi

salt shaker

kichanyaji chumvi

pepper mill

kinu cha pilipili

vinegar

siki

oil

mafuta

spices

viungo

ketchup

kechapu

mustard

haradali

mayonnaise

kachumbari nzito

special offer
ofa maalum

FOR

customer
mteja

dairy products
maziwa

fruit
matunda

shopping cart
toroli

butcher's shop

mchinjaji

bakery

mwokaji

weigh

kupima

vegetables

mboga

meat

nyama

frozen food

chakula waliohifadhiwa

cold cuts

pande vya nyama baridi

canned food

chakula cha kopo

detergent

sabuni ya unga

candy

pipi

household products

bidhaa za kaya

cleaning products

bidhaa za kusafisha

sales representative

mtu mauzo

cash register

mpaka

cashier

keshia

shopping list

orodha ya manunuzi

opening hours

saa za ufunguzi

wallet

mkoba

credit card

kadi

bag

mfuko

plastic bag

mfuko wa plastiki

water
maji

juice
sharubati

milk
maziwa

coke
coke

wine
mvinyo

beer
bia

alcohol
pombe

cocoa
kakao

tea
chai

coffee
kahawa

espresso
spreso

cappuccino
kapuchino

banana

banana

apple

tufaha

orange

machungwa

melon

tikiti

lemon

lemon

carrot

karoti

garlic

vitunguu

bamboo

mianzi

onion

kitunguu

mushroom

uyoga

nuts

karanga

noodles

nudo

spaghetti

spageti

rice

mchele

salad

saladi

fries

vibanzi

fried potatoes

viazi vya kukaanga

pizza

piza

hamburger

hambaga

sandwich

sandwichi

escalope

kipande

ham

paja la mnyama

salami

salami

sausage

soseji

chicken

kuku

roast

choma

fish

samaki

porridge oats

uji shayiri

muesli

muesli

cornflakes

cornflakes

flour

unga

croissant

kroisanti

bread roll

andazi

bread

mkate

toast

mkate wa kubanika

cookies

biskuti

butter

siagi

curd

maziwa mgando

cake

keki

egg

yai

fried egg

yai kukaanga

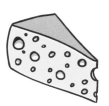

cheese

jibini

food - chakula

ice cream

aiskrimu

sugar

sukari

honey

asali

jelly

jemu

nougat cream

malai ya asali

curry

curry

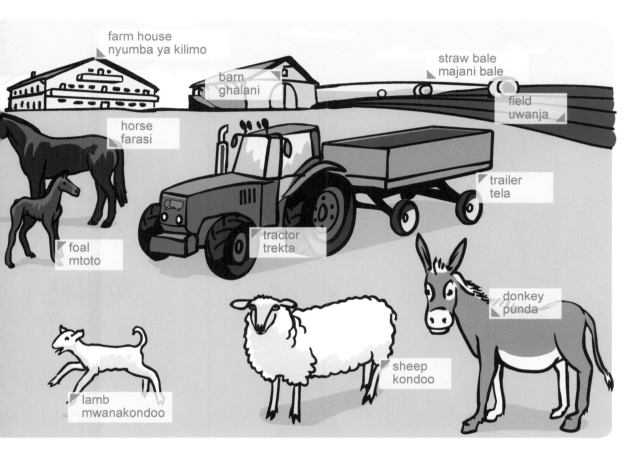

farm house
nyumba ya kilimo

barn
ghalani

straw bale
majani bale

field
uwanja

horse
farasi

trailer
tela

foal
mtoto

tractor
trekta

donkey
punda

lamb
mwanakondoo

sheep
kondoo

goat

mbuzi

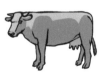

cow

ng'ombe

calf

ndama

pig

nguruwe

piglet

mwananguruwe

bull

fahali

goose

batabukini

duck

bata

chick

kifaranga

hen

kuku

cockerel

jogoo

rat

panya

cat

paka

mouse

panya

ox

ng'ombe

dog

mbwa

dog house

nyumba ya mbwa

garden hose

bomba la bustani

watering can

debe la kumwagilia maji

scythe

scythe

plough

plau

sickle

mundu

hoe

jembe

pitchfork

uma wa nyasi

axe

shoka

pushcart

toroli

trough

kupitia nyimbo

milk can

chombo cha maziwa

sack

gunia

fence

ua

stable

imara

greenhouse

chafu

soil

udongo

seed

mbegu

fertilizer

mbolea

combine harvester

kivunaji

farm - shamba

harvest

mavuno

harvest

mavuno

yams

viazi vikuu

wheat

ngano

soya

soya

potato

viazi

corn

mahindi

rapeseed

rapa

fruit tree

mti wa matunda

manioc

muhogo

grain

nafaka

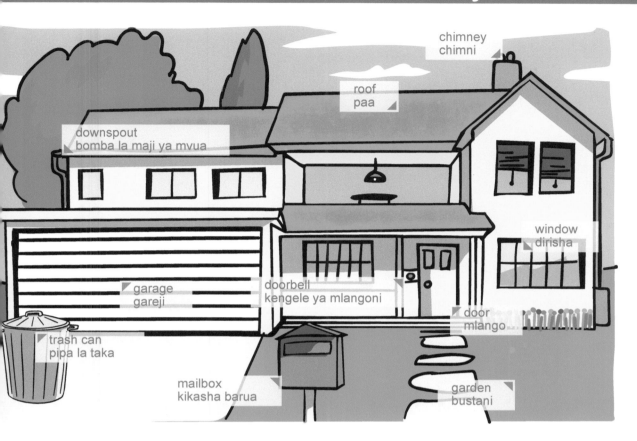

chimney
chimni

roof
paa

downspout
bomba la maji ya mvua

window
dirisha

garage
gareji

doorbell
kengele ya mlangoni

door
mlango

trash can
pipa la taka

mailbox
kikasha barua

garden
bustani

living room
....
sebuleni

bathroom
....
bafu

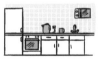

kitchen
....
jikoni

bedroom
....
chumba cha kulala

child's room
....
chumba ya mtoto

dining room
....
chumba cha kulia

floor

sakafu

wall

ukuta

ceiling

dari

cellar

pishi

sauna

sauna

balcony

roshani

terrace

mtaro

pool

kidimbwi

lawn mower

mashine ya kukata nyasi

sheet

karatasi

bedspread

kitambaa cha kupamba
kitanda

bed

kitanda

broom

ufagio

bucket

ndoo

switch

kubadili

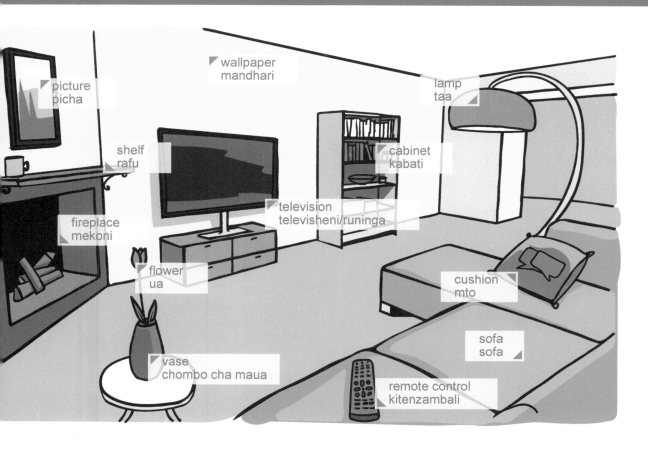

picture
picha

wallpaper
mandhari

lamp
taa

shelf
rafu

cabinet
kabati

fireplace
mekoni

television
televisheni/runinga

flower
ua

cushion
mto

sofa
sofa

vase
chombo cha maua

remote control
kitenzambali

carpet
zulia

drape
pazia

table
meza

chair
kiti

rocking chair
kiti cha bembea

armchair
armchair

book

kitabu

blanket

blanketi

decoration

mapambo

firewood

kuni

film

filamu

stereo system

hi-fi

key

ufunguo

newspaper

gazeti

painting

picha

poster

bango

radio

redio

notebook

daftari

vacuum cleaner

kifyonza

cactus

dungusi kakati

candle

mshumaa

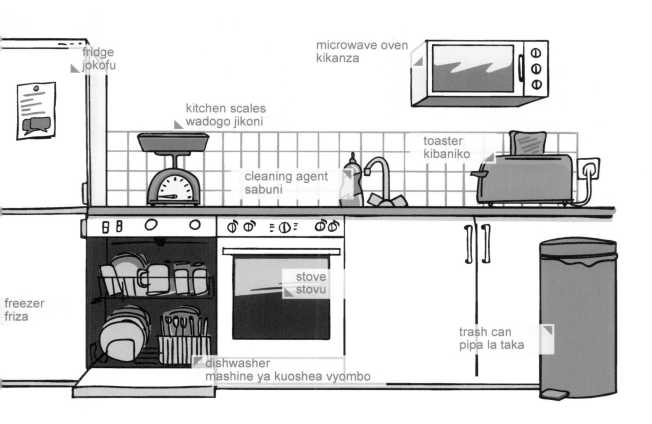

fridge
jokofu

microwave oven
kikanza

kitchen scales
wadogo jikoni

cleaning agent
sabuni

toaster
kibaniko

stove
stovu

freezer
friza

trash can
pipa la taka

dishwasher
mashine ya kuoshea vyombo

cooker

jiko la kupika

pot

chungu

cast-iron pot

sufuria ya chuma

wok / kadai

wok / kadai

pan

kaango

kettle

birika

steamer

stima

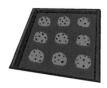

baking tray

sinia ya kuoka

crockery

vyombo vya udongo

mug

kombe

bowl

bakuli

chopsticks

vijiti vya kulia

ladle

ukawa

spatula

mwiko mpana

whisk

burashi

strainer

kichujio

sieve

chujio

grater

mbuzi

mortar

chokaa

barbecue

barbeque

fireplace

moto wazi

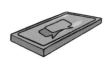

chopping board
ubao wa majaribio

rolling pin
kijiti cha kusukuma unga

corkscrew
kizibuo

can
kopo

can opener
kifungua kopo

oven cloth
kishikio cha chungu

sink
karo

brush
brashi

sponge
sifongo

blender
kisagaji matunda

deep freezer
friza

baby bottle
chupa ya mtoto

tap
bomba

bathroom
bafu

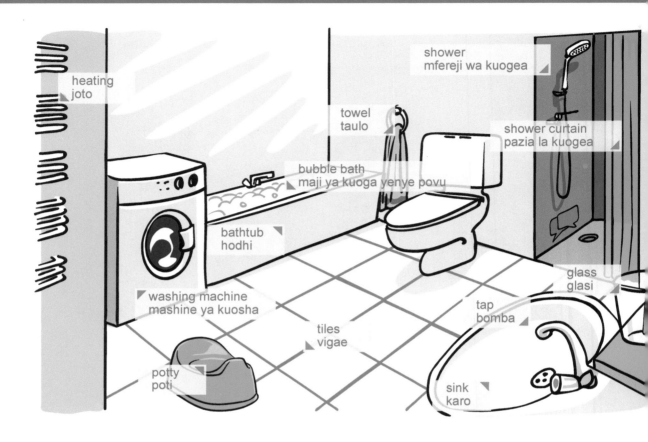

heating
joto

shower
mfereji wa kuogea

towel
taulo

shower curtain
pazia la kuogea

bubble bath
maji ya kuoga yenye povu

bathtub
hodhi

glass
glasi

washing machine
mashine ya kuosha

tap
bomba

tiles
vigae

potty
poti

sink
karo

toilet
choo

squat toilet
choo ch kuchuchuma

bidet
beseni la mviringo

urinal
pissoir

toilet paper
shashi

toilet brush
brashi ya choo

toothbrush

mswaki

toothpaste

dawa ya meno

dental floss

floss meno

wash

safisha

hand shower

kuoga mkono

douche

msukumo wa maji

basin

bonde

back brush

mpako wa pili

soap

sabuni

shower gel

jeli ya kuogea

shampoo

shampuu

flannel

flana

drain

toa maji

creme

krimu

deodorant

marashi

mirror

kioo

hand mirror

kioo mkono

razor

kinyozi

shaving foam

povu la kunyoa

aftershave

baada ya kunyolewa

comb

kichana

brush

brashi

hair-dryer

kikausha nywele

hairspray

marashi ya nyewele

makeup

vipodozi

lipstick

kidomwa

nail varnish

msumari varnish

cotton wool

pamba

nail scissors

mkasi wa kucha

perfume

manukato

washbag

mkoba wa kuosha

stool

kinyesi

weighing scales

mizani

bathrobe

nguo ya kuoga

rubber gloves

glavu za mpira

tampon

kisodo

sanitary towel

sodo

chemical toilet

kemikali choo

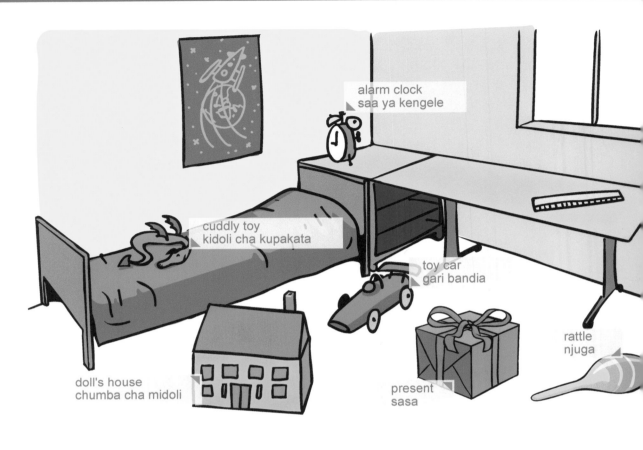

alarm clock
saa ya kengele

cuddly toy
kidoli cha kupakata

toy car
gari bandia

rattle
njuga

doll's house
chumba cha midoli

present
sasa

balloon

baluni

bed

kitanda

stroller

mashua

deck of cards

staha ya kadi

jigsaw

mchezo-fumb

comic

vichekesho

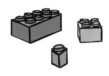

lego bricks

matofali lego

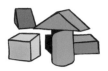

toy blocks

vitalu mwigo

action figure

hatua takwimu

romper suit

suti ya kulalia

frisbee

frisbee

mobile

simu

board game

ubao wa michezo

dice

kete

model train set

garimoshi mwigo

dummy

mwigo

party

chama

picture book

picha kitabu

ball

mpira

doll

kikaragosi

play

kucheza

sandpit

sandpit

swing

swing

toy

vitu bandia

video game console

kiweko cha video ya
mchezo

tricycle

baiskeli ya magurudumu

matatu

teddy bear

mwanasesere

wardrobe

kabati

clothing

nguo

socks

soksi

stockings

stokingi

tights

kibano

44   clothing - nguo

scarf
skafu

belt
ukanda

umbrella
mwavuli

t-shirt
fulana

sneakers
kandambili

boots
viatu

slippers
ndara

sandals
....
malapa

shoes
....
viatu

rubber boots
....
mabuti ya mpira

briefs
....
chupi

bra
....
sidiria

undershirt
....
fulana

clothing - nguo

body

mwili

pants

suruali

jeans

dangirizi

skirt

sketi

blouse

blauzi

shirt

shati

pullover

sweta

sweater

sweta

blazer

bleza

jacket

jaketi

coat

koti

raincoat

koti la mvua

costume

maleba

dress

gauni

wedding dress

mavazi ya harusi

suit

suti

nightgown

vazi la usiku

pajamas

pajama

sari

sari

headscarf

skafu

turban

kilemba

burka

burka

kaftan

kaftan

abaya

abaya

swimsuit

vazi la kuogelea

trunks

vazi la kiume la kuogelea

shorts

kaptura

tracksuit

teitei

apron

apron

gloves

glavu

clothing - nguo

button

kifungo

glasses

glasi

bracelet

bangili

necklace

mkufu

ring

pete

earring

herini

cap

kofia

coat hanger

kiango cha koti

hat

kofia

tie

tai

zip

zipu

helmet

kofia

braces

kanda za suruali

school uniform

sare za shule

uniform

sare

bib
....
bibu

dummy
....
mwigo

diaper
....
nepi

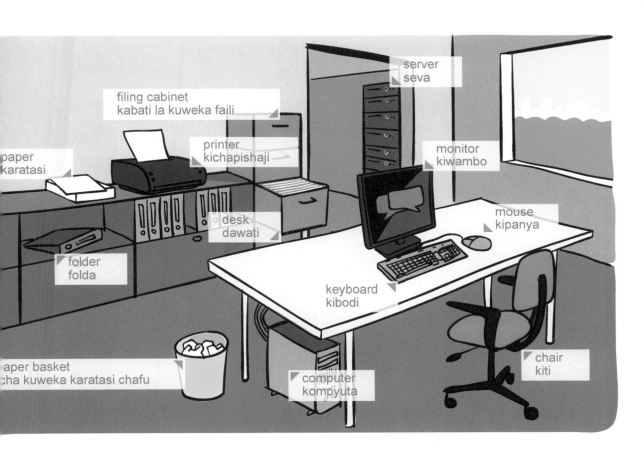

filing cabinet
kabati la kuweka faili

server
seva

paper
karatasi

printer
kichapishaji

monitor
kiwambo

desk
dawati

mouse
kipanya

folder
folda

keyboard
kibodi

aper basket
cha kuweka karatasi chafu

computer
kompyuta

chair
kiti

coffee mug
....
kmobe la kahawa

calculator
....
kikokotoo

internet
....
biashara

laptop
mbali

letter
barua

message
ujumbe

cell phone
rununu

network
intaneti

photocopier
fotokopia

software
programu

telephone
simu

plug socket
soketi

fax machine
kipepesi

form
fomu

document
hati

buy

kununua

pay

kulipa

trade

biashara

money

fedha

dollar

dola

euro

yuro

yen

yeni

rouble

rouble

Swiss franc

faranga ya Uswisi

renminbi yuan

renminbi yuan

rupee

rupia

cash point

eneo la kulipia

currency exchange office

ofisi ya ubadilishanaji

gold

dhahabu

silver

fedha

oil

mafuta

energy

nishati

price

bei

contract

mkataba

tax

kodi

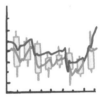

stock

bidhaa

work

kazi

employee

mfanyakazi

employer

mwajiri

factory

kiwanda

shop

duka

economy - uchumi

police officer
afisa wa polisi

fireman
mzimamoto

cook
mpishi

doctor
daktari

pilot
rubani

gardener

mtunza bustani

carpenter

seremala

seamstress

mshonaji

judge

hakimu

chemist

mwanakemia

actor

muigizaji

bus driver

dereva wa basi

taxi driver

dereva wa teksi

fisherman

mvuvi

cleaning lady

mwanamke wa kusafisha

roofer

mwezekaji

waiter

mhudumu

hunter

mwindaji

painter

mchoraji

baker

mwokaji

electrician

umeme

builder

mjenzi

engineer

mhandisi

butcher

mchinjaji

plumber

fundi bomba

postman

mwanaposta

soldier

mwanajeshi

architect

msanifu majengo

cashier

keshia

florist

muuza maua

hairdresser

msusi

conductor

kondakta

mechanic

mekanika

captain

nahodha

dentist

daktari wa meno

scientist

mwanasayansi

rabbi

rabbi

imam

imamu

monk

mtawa

pastor

kasisi

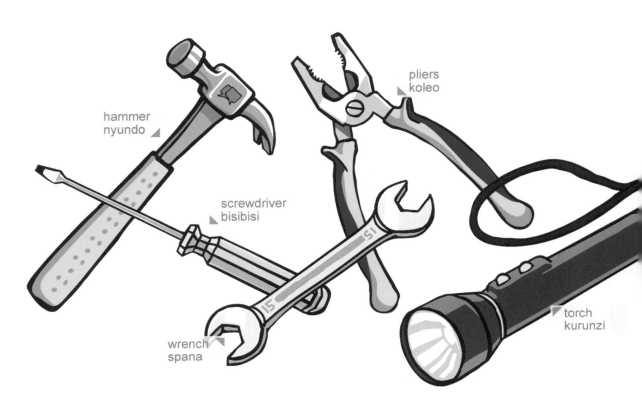

hammer
nyundo

screwdriver
bisibisi

pliers
koleo

wrench
spana

torch
kurunzi

excavator

mchimbaji

toolbox

sanduku la vifaa

ladder

ngazi

saw

msumeno

nails

misumari

drill

keekee

repair
kukarabati

shovel
sepetu

Damn!
Lo!

dustpan
kishikio cha uchafu

paint can
chungu cha rangi

screws
skurubu

musical instruments
ala za muziki

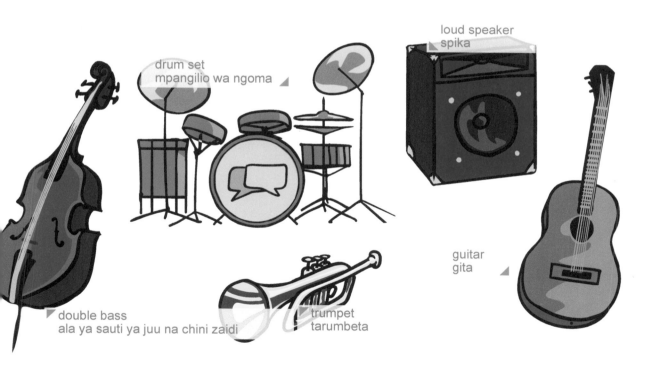

loud speaker
spika

drum set
mpangilio wa ngoma

guitar
gita

double bass
ala ya sauti ya juu na chini zaidi

trumpet
tarumbeta

piano

piano

violin

fidla

bass

ubeji

timpani

timpani

drums

ngoma

keyboard

kibodi

saxophone

saksafoni

flute

filimbi

microphone

maikrofoni

entrance
lango la kuingia

tiger
simbamarara

cage
kizimba

zebra
pundamilia

animal feed
chakula cha mifugo

panda
panda

animals

wanyama

elephant

tembo

kangaroo

kangaroo

rhino

kifaru

gorilla

sokwe

bear

dubu

camel

ngamia

ostrich

mbuni

lion

simba

monkey

tumbili

flamingo

heroe

parrot

kasuku

polar bear

dubu

penguin

penguini

shark

papa

peacock

tausi

snake

nyoka

crocodile

mamba

zookeeper

mtunza wanyama

seal

muhuri

jaguar

chui wa Marekani

zoo - bustani ya wanyama

pony
mwanafarasi

leopard
chui

hippo
kiboko

giraffe
twiga

eagle
tai

boar
boar

fish
samaki

turtle
kobe

walrus
walrus

fox
bweha

gazelle
paa

American football
soka ya marekani

cycling
uendeshaji baiskeli

tennis
tenisi

basketball
mpira wa kikapu

swimming
kuogelea

ice hockey
magongo ya barafuni

boxing
ndondi

soccer
soka

badminton
vinyoya

athletics
riadha

handball
mpira wa mikono

skiing
skii

polo
polo

write

kuandika

draw

kuteka

show

angalia

push

sukuma

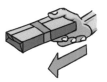

give

kutoa

take

kuchukua

activities - shughuli

63

have

kuwa

do

kufanya

be

kuwa

stand

kusimama

run

kukimbia

pull

kuvuta

throw

kutupa

fall

kuanguka

lie

hadaa

wait

kusubiri

carry

kubeba

sit

kukaa

get dressed

vaa nguo

sleep

usingizi

wake up

kuamka

activities - shughuli

look at

kuangalia

cry

lia

stroke

kiharusi

comb

chana nywele

talk

ongea

understand

kuelewa

ask

kuuliza

listen

kusikiliza

drink

kunywa

eat

kula

tidy up

nadhifisha

love

upendo

cook

mpishi

drive

gari

fly

kuruka

sail

meli

calculate

kokotoa

read

kusoma

learn

kujifunza

work

kazi

marry

kuoa

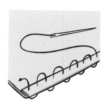

sew

kushona

brush teeth

piga mswaki

kill

kuua

smoke

moshi

send

kutuma

family
familia

grandmother
bibi

grandfather
babu

father
baba

mother
mama

baby
mtoto

daughter
binti

son
bin

guest
- - - -
mgeni

aunt
- - - -
shangazi

uncle
- - - -
mjomba

brother
- - - -
kaka

sister
- - - -
dada

family - familia

67

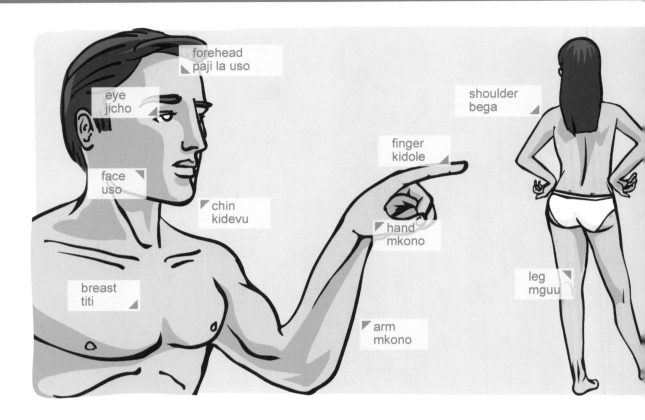

forehead
paji la uso

eye
jicho

shoulder
bega

finger
kidole

face
uso

chin
kidevu

hand
mkono

breast
titi

leg
mguu

arm
mkono

baby

mtoto

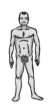

man

mwanamume

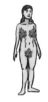

woman

mwanamke

girl

msichana

boy

mvulana

head

kichwa

back
nyuma

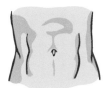

belly
tumbo

navel
kitovu

toe
chano

heel
kisigino

bone
mfupa

hip
hip

knee
goti

elbow
kiwiko

nose
pua

buttocks
chini

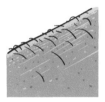

skin
ngozi

cheek
shavu

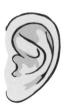

ear
sikio

lip
Lippe

mouth

kinywa

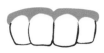

tooth

jino

tongue

ulimi

brain

ubongo

heart

moyo

muscle

misuli

lung

pafu

liver

ini

stomach

tumbo

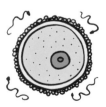

kidneys

figo

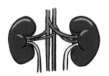

sex

jinsia

condom

kondomu

ovum

ovari

semen

shahawa

pregnancy

mimba

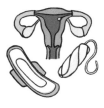

menstruation

hedhi

vagina

uke

penis

uume

eyebrow

unyusi

hair

nywele

neck

shingo

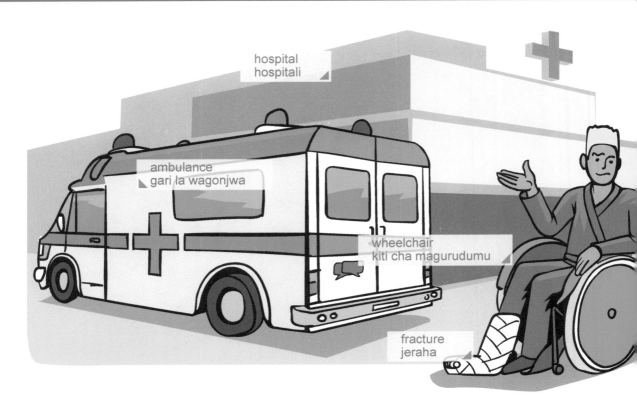

hospital
hospitali

ambulance
gari la wagonjwa

wheelchair
kiti cha magurudumu

fracture
jeraha

doctor

daktari

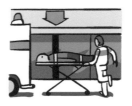

emergency room

chumba cha dharura

nurse

muuguzi

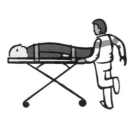

emergency

dharura

unconscious

fahamu

pain

maumivu

injury

jeraha

bleeding

kutokwa na damu

heart attack

mshtuko wa moyo

stroke

kiharusi

allergy

mzio

cough

kikohozi

fever

homa

flu

mafua

diarrhea

kuharisha

headache

maumivu ya kichwa

cancer

kansa

diabetes

ugonjwa wa kisukari

surgeon

daktari mpasuaji

scalpel

kisu kidogo cha kupasulia

operation

operesheni

CT

picha changanufu ya mwili

x-ray

Eksrei

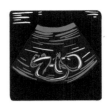

ultrasound

mawimbi sauti

face mask

barakoa ya uso

disease

ugonjwa

waiting room

chumba cha kusubiri

crutch

mkongojo

plaster

plasta

bandage

bendeji

injection

sindano

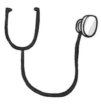

stethoscope

stetoskopu

stretcher

machela

clinical thermometer

kipimajoto cha kliniki

birth

kuzaliwa

overweight

unene kupita kiasi

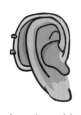

hearing aid

kusikia misaada

disinfectant

kipukusi

infection

maambukizi

virus

virusi

HIV / AIDS

VVU / UKIMWI

medicine

dawa

vaccination

chanjo

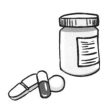

tablets

vidonge

pill

kidonge

emergency call

simu ya dharura

blood pressure monitor

haemodainamometa

ill / healthy

mgonjwa / afya

Help!
Msaada!

alarm
kengele

assault
pigo

attack
shambulizi

danger
hatari

emergency exit
lango la dharura

Fire!
Moto!

fire extinguisher
kizimamoto

accident
ajali

first-aid kit
vifaa vya huduma ya kwanza

SOS
wito wa msaada

police
polisi

Europe

Ulaya

North America

Amerika ya Kaskazini

South America

Amerika ya Kusini

Africa

Afrika

Asia

Asia

Australia

Australia

Atlantic

Atlantiki

Pacific

Pasifiki

Indian Ocean

Bahari ya Hindi

Antarctic Ocean

Bahari ya Antaktiki

Arctic Ocean

Bahari ya Aktiki

North pole

Ncha ya Kaskazini

South pole

Ncha ya Kusini

Antarctica

Antaktika

earth

dunia

land

nchi

sea

bahari

island

kisiwa

nation

taifa

state

hali

clock face
....
uso wa saa

hour hand
....
akrabu ya saa

minute hand
....
akrabu ya dakika

second hand
....
akrabu ya sekunde

What time is it?
....
Ni saa ngapi?

day
....
siku

time
....
wakati

now
....
sasa

digital watch
....
saa ya dijitali

minute
....
dakika

hour
....
saa

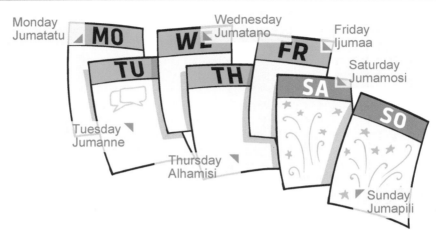

Monday Jumatatu
Tuesday Jumanne
Wednesday Jumatano
Thursday Alhamisi
Friday Ijumaa
Saturday Jumamosi
Sunday Jumapili

yesterday

jana

today

leo

tomorrow

kesho

morning

asubuhi

noon

saa sita mchana

evening

jioni

MO	TU	WE	TH	FR	SA	SU
1	2	3	4	5	6	7
8	9	10	11	12	13	14
15	16	17	18	19	20	21
22	23	24	25	26	27	28
29	30	31	1	2	3	4

workdays

siku za biashara

MO	TU	WE	TH	FR	SA	SU
1	2	3	4	5	6	7
8	9	10	11	12	13	14
15	16	17	18	19	20	21
22	23	24	25	26	27	28
29	30	31	1	2	3	4

weekend

mwishoni mwa wiki

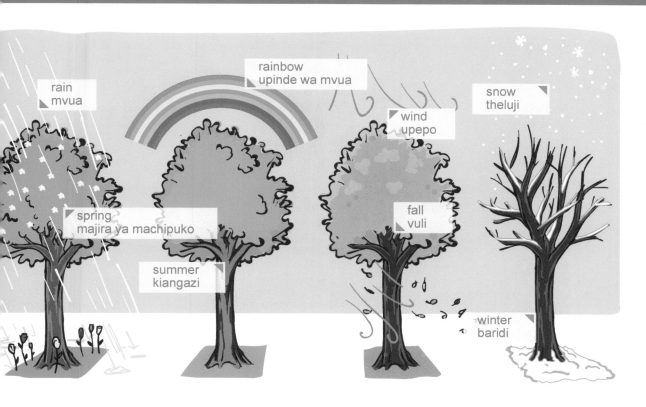

rain
mvua

rainbow
upinde wa mvua

wind
upepo

snow
theluji

spring
majira ya machipuko

summer
kiangazi

fall
vuli

winter
baridi

4.APRIL	11°	
5.APRIL	4°	
6.APRIL	13°	
7.APRIL	8°	
8.APRIL	10°	

weather forecast

utabiri wa hali ya hewa

thermometer

kipimajoto

sunshine

mwanga wa jua

cloud

wingu

fog

ukungu

humidity

unyevu

lightning

umeme

thunder

radi

storm

dhoruba

hail

mvua ya mawe

monsoon

monsuni

flood

mafuriko

ice

barafu

January

Januari

February

Februari

March

Machi

April

Aprili

May

Mei

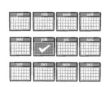

June

Juni

July

Julai

August

Agosti

year - mwaka

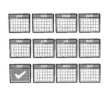

September

Septemba

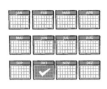

October

Oktoba

November

Novemba

December

Desemba

shapes
maumbo

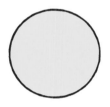

circle

mduara

square

mraba

rectangle

mstatili

triangle

pembetatu

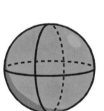

sphere

nyanja

cube

mchemraba

white

nyeupe

yellow

manjano

orange

chungwa

pink

rangi ya waridi

red

nyekundu

purple

hudhurungi

blue

bluu

green

kijani

brown

hanja

gray

jivujivu

black

nyeusi

a lot / a little

mengi / kidogo

angry / calm

hasira / pole

beautiful / ugly

nzuri / mbaya

beginning / end

mwanzo / mwisho

big / small

kubwa / ndogo

bright / dark

angavu / giza

brother / sister

kaka / dada

clean / dirty

safi / chafu

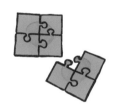

complete / incomplete

kamilika / tokamilika

day / night

siku / usiku

dead / alive

kufa / hai

wide / narrow

pana / nyembamba

edible / inedible

kulika / kutolika

evil / kind

ovu / ema

excited / bored

sisimkwa / udhika

fat / thin

nene / nyembamba

first / last

kwanza / mwisho

friend / enemy

rafiki / adui

full / empty

jaa / tupu

hard / soft

ngumu / laini

heavy / light

nzito / nyepesi

hunger / thirst

njaa / kiu

ill / healthy

mgonjwa / afya

illegal / legal

haramu / kisheria

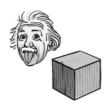

intelligent / stupid

akili / kijinga

left / right

kushoto / kulia

near / far

karibu / mbali

opposites - kinyume

new / used

mpya / kutumika

nothing / something

kitu / jambo

old / young

zee / changa

on / off

waka / zima

open / closed

wazi / fungwa

quiet / loud

utulivu / kelele

rich / poor

tajiri / masikini

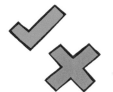

right / wrong

sahihi / kosa

rough / smooth

ngumu / nyororo

sad / happy

huzunika / furahia

short / long

fupi /ndefu

slow / fast

polepole / haraka

wet / dry

nyevu / kavu

warm / cool

joto / baridi

war / peace

vita / amani

0

zero

sufuri

1

one

moja

2

two

mbili

3

three

tatu

4

four

nne

5

five

tano

6

six

sita

7

seven

saba

8

eight

nane

9

nine

tisa

10

ten

kumi

11

eleven

kumi na moja

12

twelve

kumi na mbili

13

thirteen

kumi na tatu

14

fourteen

kumi na nne

15

fifteen

kumi na tano

16

sixteen

kumi na sita

17

seventeen

kumi na saba

18

eighteen

kumi na nane

19

nineteen

kumi na tisa

20

twenty

ishirini

100

hundred

mia

1.000

thousand

elfu

1.000.000

million

milioni

languages
lugha

English
Kiingereza

American English
Kiingereza cha Marekani

Chinese Mandarin
Kimandarini cha Uchina

Hindi
Kihindi

Spanish
Kihispania

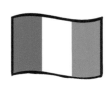

French
Kifaransa

Arabic
Kiarabu

Russian
Kirusi

Portuguese
Kireno

Bengali
Kibengali

German
Kijerumani

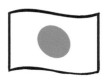

Japanese
Kijapani

I

mimi

you

wewe

he / she / it

yeye / yeye / ni

we

sisi

you

wewe

they

wao

who?

nani?

what?

nini?

how?

jinsi gani?

where?

wapi?

when?

lini?

name

jina

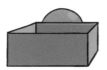

behind

nyuma

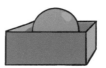

in

katika

in front of

mbele ya

over

juu ya

on

kwenye

under

chini ya

beside

kando

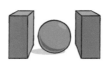

between

kati

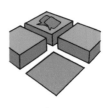

place

mahali